CO-AUP-636

PUBLIC LIBRARY

NINA'S BIRTHDAY

நீனாவின் பிறந்தநாள்

English-Tamil

Ajit Vachhani

Vachhani, Ajit
Nina's Birthday
Dual language children's book

Illustrator : Binay Sinha

Tamil Translator : Shahjahan

ISBN : 81-7650-284-7

Published in India for
STAR BOOKS
55, Warren Street,
London W1T 5NW (UK)
Email : indbooks@spduk.fsnet.co.uk

by
Star Publishers Distributors
New Delhi 110002 (India)

Peacock Series
First Edition : 2007

Printed at : Public Printing (Delhi) Service

That morning, Nina got up very early. She was very excited. It was her birthday today.

நீனா காலையில் சீக்கிரமே எழுந்து விட்டாள். அவளுக்கு மிகவும் உற்சாகம். ஆமாம், அது அவளுடைய பிறந்த நாள்.

My Doll

4

She sat up in bed, and said to herself, "Mummy would be waiting to take me in her arms and wish me Happy Birthday. And Daddy would have got the bicycle that I wanted. What present will Grandfather buy me? I am sure Grandmother will be baking my favourite sponge cake today!"

படுக்கையில் எழுந்து உட்கார்ந்து தனக்குத்தானே சொல்லிக் கொண்டாள் அவள்: "அம்மா என்னை மடியில் தூக்கி வைத்துக்கொண்டு எனக்கு பிறந்த நாள் வாழ்த்துச் சொல்லுவார். அப்பா எனக்குப் பிடித்த சைக்கிள் வாங்கி வைத்திருப்பார். தாத்தா எனக்கு என்ன பரிசு வாங்கியிருப்பார்? நிச்சயமாக பாட்டி எனக்காக இன்று கேக் செய்து கொண்டிருப்பார்!"

5

It was her special day, and she thought everyone at home would be eagerly waiting for her to get up. She quickly got ready, and wore her best dress. She was looking like a pretty doll. Excitedly, she ran down the stairs.

அன்றைய தினம் அவளுக்கு சிறப்பான தினம்; வீட்டிலிருக்கும் ஒவ்வொருவரும் அவள் எழுந்து வருவதை எதிர்பார்த்துக் காத்திருப்பார்கள் என்று நினைத்தாள். அவள் விரைவாக எழுந்து நல்ல உடைகளை அணிந்து கொண்டாள். அழகான ஒரு பொம்மையைப் போலத் தோன்றினாள் அவள். உற்சாகத்துடன் படிகளில் இறங்கி ஓடினாள்.

Mummy was in her room, setting some clothes. She heard
Nina's footsteps and immediately said, "Nina, go and have your
breakfast. After that you must clean up your room." Nina waited for
some time, but Mummy kept doing her work, and did not greet her.

அம்மா தன் அறையில் துணிகளை மடித்து வைத்துக்
கொண்டிருந்தார். நீனாவின் காலடிச் சத்தம் கேட்டதும் அவர்
சொன்னார், "நீனா. . . போய் காலை சிற்றுண்டி சாப்பிடு. அதற்குப்
பிறகு உன் அறையை சுத்தம் செய்தாக வேண்டும் நீ." நீனா அங்கேயே
கொஞ்ச நேரம் நின்றிருந்தாள். ஆனால் அம்மா தன் வேலையிலேயே
கவனமாக இருந்தார். அவளை வாழ்த்தவில்லை.

9

Nina was disappointed. 'Has Mummy forgotten my birthday?' she thought. 'Maybe she will remember after some time.' Then she ran into her father's study.

நீனா ஏமாற்றமடைந்தாள். 'அம்மா என் பிறந்த நாளை மறந்து விட்டாரா? ஒருவேளை சிறிது நேரத்திற்குப் பிறகு ஞாபகம் வருமோ என்னவோ...' இப்படி எண்ணியவாறே அவள் தன் தந்தையின் அறைக்கு விரைந்தாள்.

DISHANK

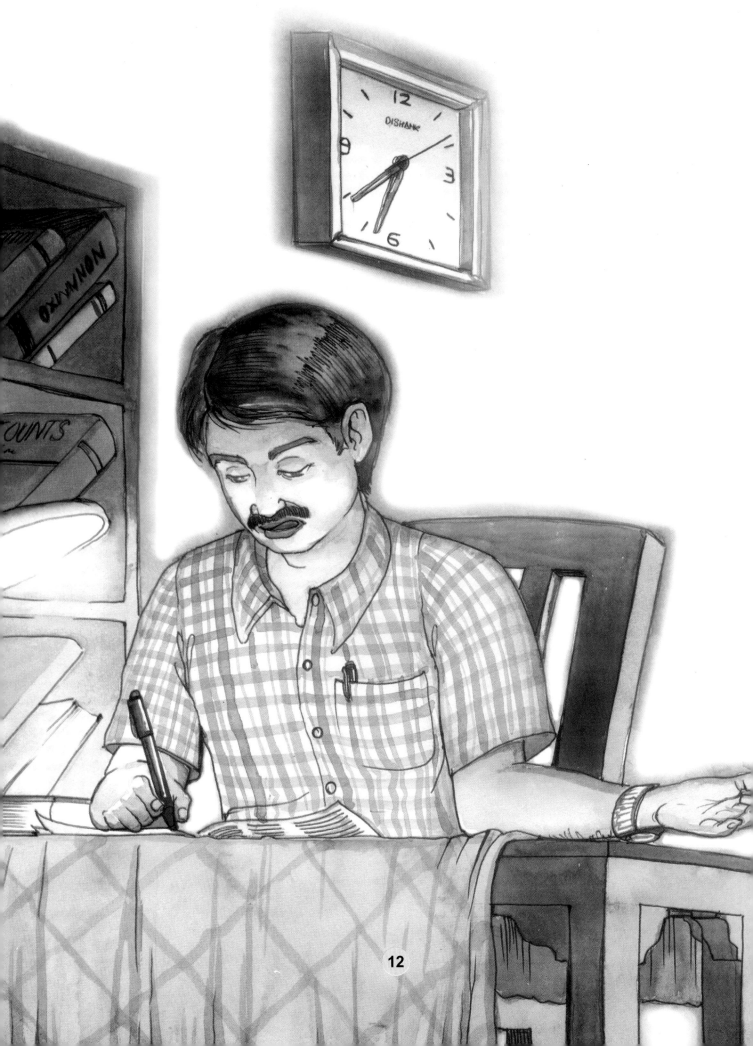

Daddy was sitting on his desk and doing some office work. "Good Morning, Daddy," Nina gleefully wished him. Without lifting his eyes from his papers, he said, "Good Morning, Nina. Would you please pass me that envelope lying on the side table?" Nina did so, and Daddy continued with his work.

அப்பா தன் நாற்காலியில் அமர்ந்து அலுவலக வேலைகளைப் பார்த்துக் கொண்டிருந்தார். "காலை வணக்கம் அப்பா," நீனா உற்சாகத்துடன் கூறினாள். "காலை வணக்கம் நீனா," தான் பார்த்துக் கொண்டிருந்த காகிதத்திலிருந்து திரும்பாமலே பதில் சொன்னார் அப்பா. "நீனா, பக்கத்து மேஜையில் இருக்கும் அந்த உறையை எடுத்துத் தருகிறாயா?" நீனா எடுத்துக் கொடுத்தாள். அப்பா வேலையைத் தொடர்ந்தார்.

13

'He too does not remember my birthday,' she mused. She slowly walked to the kitchen where she expected Grandmother to be waiting with open arms. But to her utter dismay, Grandmother also behaved as if it was just another day. "How are you Nina? Do you remember you promised to get my glasses repaired today?" she said.

'அப்பாவுக்கும் என் பிறந்த நாள் மறந்து போய் விட்டது போலிருக்கிறது' என்று நினைத்தவாறே அவள் சமையலறைக்கு நகர்ந்தாள். அங்கே பாட்டி தன்னை அணைத்துக் கொள்ளக் காத்திருப்பார் என்று எண்ணினாள். பாட்டியும் எந்த மாற்றத்தையும் காட்டவில்லை. "என்ன நீனா . . . என் கண்ணாடியை இன்று சரி செய்து தருகிறேன் என்று சொன்னாயே, ஞாபகம் இருக்கிறதா?" என்றார் அவர்.

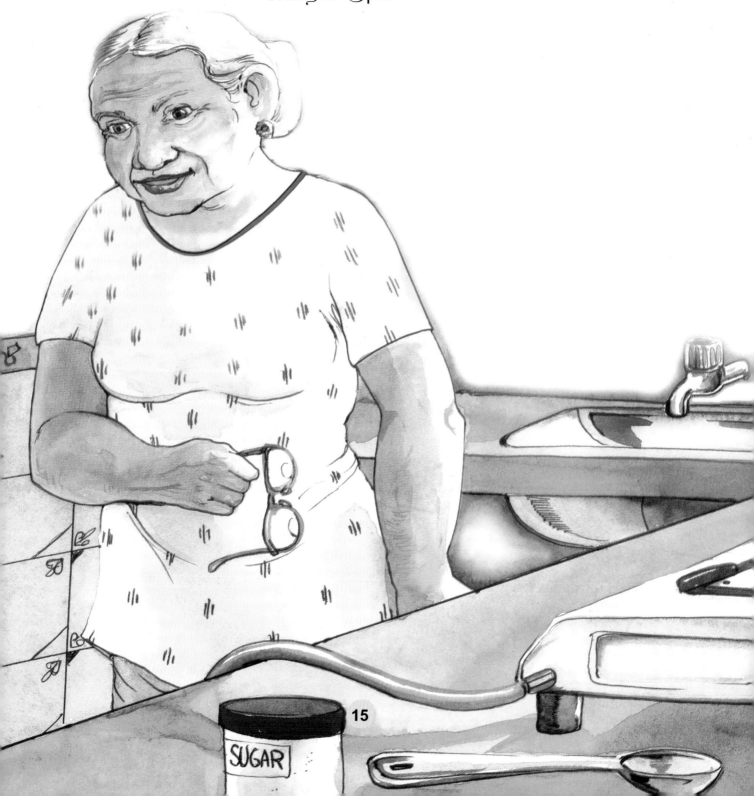

Grandfather was sitting in his chair reading the newspaper. "When you go to the market, get me the latest magazine, please," he added. But there was no further word from either of them.

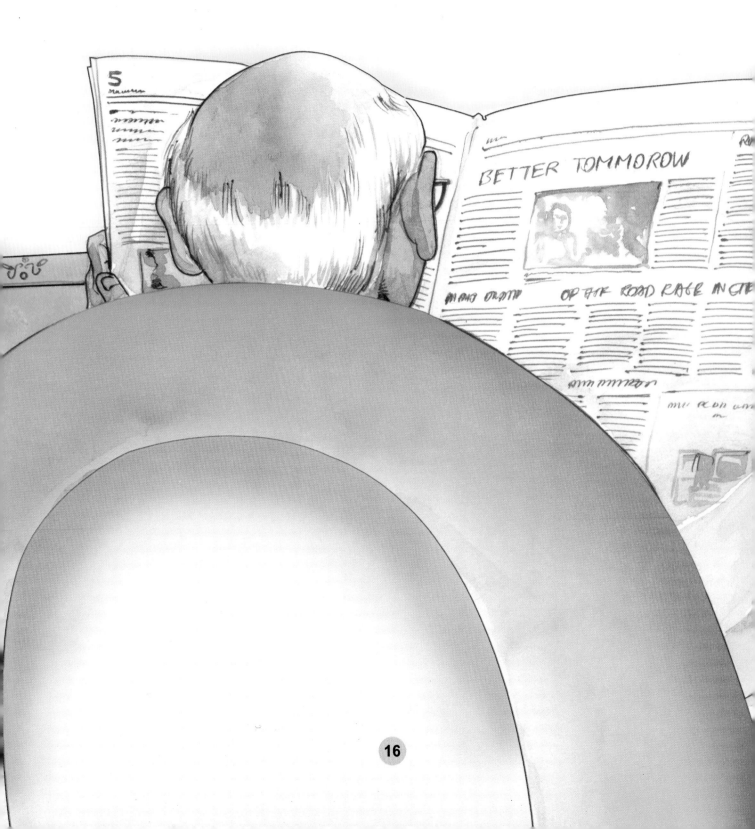

தாத்தா தன் நாற்காலியில் உட்கார்ந்து செய்தித்தாள் படித்துக் கொண்டிருந்தார். நீனா அவர் பக்கத்தில் போனதும் "நீ சந்தைக்குப் போகும்போது புதிதாக வந்திருக்கும் பத்திரிகையை வாங்கி வருகிறாயா?" என்று கேட்டார். இருவரும் வேறு எதுவும் பேசவே இல்லை.

17

TIMES OF INDIA

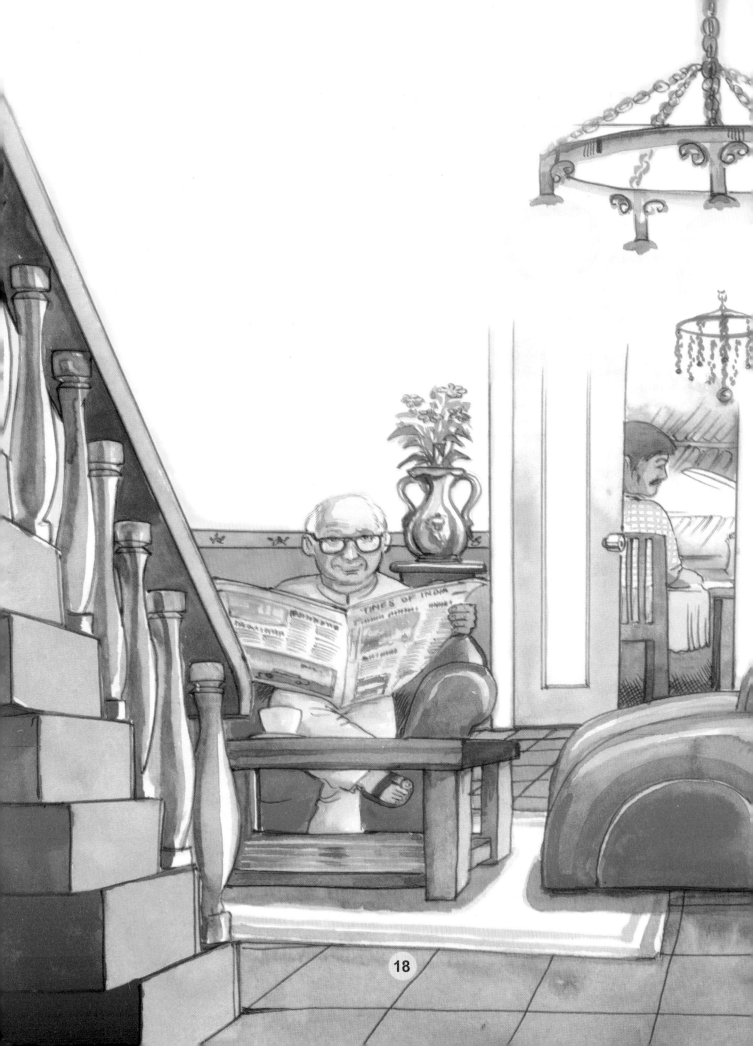

By now, Nina's excitement had vanished. What was wrong with everybody? They had all forgotten her birthday. "I thought they all loved me very much. But none of them has even cared to wish me on my birthday. No hugs. No presents," she said to herself. Tears started to roll down her cheeks.

இப்போது நீனாவின் உற்சாகம் முழுக்கவும் வடிந்து விட்டிருந்தது. எல்லாருக்கும் என்ன ஆயிற்று? அத்தனை பேரும் என் பிறந்த நாளை மறந்து விட்டார்கள். 'எல்லாருக்கும் என்மேல் மிகவும் பிரியம் என்று நினைத்திருந்தேன். ஆனால் யாரும் வாழ்த்தவே இல்லை. அணைக்கவும் இல்லை, பரிசளிக்கவும் இல்லை...' தனக்குத் தானே கூறிக் கொண்டாள் அவள். கண்களிலிருந்து கண்ணீர் வடிந்து கன்னத்தில் இறங்கியது.

19

Unable to control her emotions, she ran out to the garden. Buzo, her dog, was chasing the squirrels. Seeing her, he started wagging his tail. He leapt towards her, and Nina took him in her arms. "You are my only friend. Nobody else cares for me." She started sobbing.

துக்கத்தை அடக்க முடியாமல் அவள் தோட்டத்துக்கு ஓடினாள். அங்கே அணில்களைத் துரத்தி விளையாடிக் கொண்டிருந்தது அவளுடைய நாய் புஸோ. அவளைக் கண்டதும் வாலை ஆட்டிக் கொண்டு தாவி வந்தது. நீனா அதை தன் கைகளில் எடுத்துக் கொண்டாள். "நீ மட்டும்தான் என் ஒரே நண்பன். மற்ற யாருக்கும் என்மேல் அக்கறையே இல்லை." அவள் அழத் துவங்கினாள்.

20

21

She sat down in the garden with Buzo by her side. She heard the birds chirping merrily. It sounded as if they were wishing her Happy Birthday. The flowers swayed in the gentle breeze, and she felt as if they were greeting her. Yet, she was sad. Her family, who mattered the most to her, did not remember her special day.

புஸோவை பக்கத்தில் வைத்துக்கொண்டு அவள் தோட்டத்தில் உட்கார்ந்து கொண்டாள். பறவைகள் உற்சாகத்துடன் கூவிக்கொண்டிருந்தன. அவை எல்லாம் அவளுக்கு பிறந்த நாள் வாழ்த்துப் பாடுவது போல இருந்தது அது. சில்லென்ற காற்றில் தோட்டத்துப் பூக்கள் பறந்து வந்தன. அது அவளுக்கு வாழ்த்துக்கூறுவது போல இருந்தது. இருந்தாலும் அவள் வருத்தத்துடன்தான் இருந்தாள். தன் வாழ்வின் முக்கியமான நாளை குடும்பத்தினரே மறந்து விட்டார்களே என்று நினைத்தாள்.

She spent over an hour gazing around. Then she sighed, and got up. "I'll go back to my room, and read a book," she said.

சுற்றுமுற்றும் பார்த்தவாறே ஒருமணி நேரம் தோட்டத்திலேயே இருந்தாள். ஒரு பெருமூச்சு விட்டவாறே எழுந்து, 'என் அறைக்குப் போய் புத்தகமாவது படிக்கலாம்' என நினைத்தாள்.

As she reached her house, the main door sprang open. She heard lively music inside. As she entered the house, she saw colourful balloons and vibrant decorations in the main hall. Mummy was the first to greet her. She took her in her arms and kissed her. "Happy Birthday, my darling," she said softly.

அவள் வீட்டை அடைந்ததும் கதவு தானே விரிந்து கொண்டது. உள்ளிருந்து இன்னிசை புறப்பட்டு ஒலித்தது. வீட்டுக்குள் நுழைந்தால்... வண்ண வண்ண பலூன்களும் தோரணங்களும் முன்னறையை அலங்கரித்தன. அம்மாதான் அவளுக்கு முதலில் வாழ்த்துக் கூறினார். அவளை கைகளில் எடுத்து, "பிறந்த நாள் வாழ்த்துகள் என் கண்ணே!" என்று முத்தம் கொடுத்தார்.

27

Daddy was standing on the side, gripping a new shining bike in one hand. That was the present she was craving for. He bent down to kiss her and said, "I knew you wanted a bike for your birthday, didn't you?"

28

அப்பா ஒரு ஓரத்தில் பளபளவென மின்னிக் கொண்டிருந்த சைக்கிளைப் பிடித்தவாறே நின்றிருந்தார். அவள் மிகவும் ஏங்கிக் கொண்டிருந்த பரிசு அதுதான். அப்பா குனித்து நீனாவை முத்தமிட்டார். “உன் பிறந்த நாளுக்கு சைக்கிள் வேண்டும் என்று ஆசைப்பட்டாய் அல்லவா?” என்றார் அவர்.

Grandmother walked up to her. "And I have baked your favourite sponge cake for your birthday. I knew that you wanted it all along," she said, as Nina ran into her arms. A lavish spread of her favourite dishes was laid out on the table for her.

பாட்டி பக்கத்தில் வந்தார். "உனக்காக உனக்குப் பிடித்த ஸ்பாஞ்ச் கேக் செய்திருக்கிறேன் நான். அதை மிகவும் விரும்புவாய் என்று எனக்குத் தெரியும்" என்றார் அவர். நீனா பாட்டியை நோக்கி ஓடினாள். பாட்டி அவளை அணைத்துக் கொண்டார். அவளுக்காக மேசையில் அருமையான விருந்து வைக்கப்பட்டிருந்தது.

30

Suddenly a huge teddy bear seemed to walk out of the adjacent room. It was as big as Nina herself, and Grandfather was carrying it towards her. "And that's from me to my doll!" he said laughingly.

திடீரென்று பக்கத்து அறையிலிருந்து ஒரு பெரிய கரடி நடந்து வருவது போல வந்தது. அது நீனாவின் அளவுக்கு உயரமாக இருந்தது! தாத்தா அதை கொண்டு வந்தார். "இது என் செல்லக் குட்டிக்கு பிறந்த நாள் பரிசு!" தாத்தா சிரித்தார்.

31

Nina could not believe her eyes. She was guilty that she had misunderstood her parents and grandparents. They loved her very much. Her family had given her a wonderful surprise on her birthday.

நீனாவுக்கு தன் கண்களையே நம்ப முடியவில்லை. பெற்றோரையும் தாத்தா பாட்டியையும் தவறாக நினைத்து விட்டோம் என்று வருத்தமாக இருந்தது. அவர்கள் தன் மேல் மிகவும் அன்பு வைத்திருக்கிறார்கள் என்று புரிந்தது. அவளுடைய பிறந்த நாளுக்கு ஆச்சரியமான பரிசல்லவா கொடுத்தார்கள்!

7373471